જાણો

મિહિર જાગૃતિ વોરા

માતા પિતા ને અર્પણ કરું છું

સામગ્રી

પ્રસ્તાવના

આ પુસ્તક માં વિવિધ મહિનામાં આવતા મહત્વ ના ઉજવાતા દિવસો અને તેનો ઇતિહાસ અને તેનું મહત્વ સમજાવાનો લેખકે પ્રયત્ન કર્યો છે .આ માટે લેખકે વિવિધ સંદર્ભ સાહિત્ય નો ઉપયોગ કર્યો છે , જેની ખાસ નોંધ લેજો

સ્વીકૃતિઓ

આ પુસ્તક માટે મેં વિવિધ લેખ આધારિત માહિતી વિકિપીડિયા ,લેખ ને લાગતા આવેલા વિવિધ અખબારી અહેવાલ અને જે તે લેખક ના લેખ ના સંદર્ભો નો સહારો લીધો છે તે સૌ નો હું આભાર માનું છું .

અનુક્રમણિકા

1
એકતા દિવસ

સરદાર વલ્લભભાઇ પટેલ કે જેઓને લોખંડી પુરુષ તરીકે ઓખવામાં આવે છે તેઓનો જન્મ ગુજરાતમાં નડિયાદના એક સામાન્ય ખેડુતના ઘરમાં 31મી ઓક્ટોમ્બર, 1875માં થયો હતો. તેમના માતા-પિતા ખુબ જ ધાર્મિક હતાં. વલ્લભભાઇએ તેમનું શિક્ષણ ગુજરાતીમાં જ લીધું હતું. ત્યાર બાદ તેઓ 1910માં વકીલાત માટે ઇગ્લેંડ ગયાં હતાં. 1913માં તેઓને વકીલની પદવી મળ્યા બાદ ભારત પાછા ફર્યા હતાં. ત્યાર બાદ તેઓ ગાંધીજીથી પ્રભાવીત થઈને આઝાદીની ચળવળ માટે તેમની સાથે જોડાઇ ગયા હતા રાષ્ટ્રીય એકતા દિવસ ભારતમાં ૩૧ ઓક્ટોબરના રોજ ઉજવવામાં આવે છે. ૨૦૧૪માં ભારત સરકાર દ્વારા સરદાર વલ્લભભાઈ પટેલની જન્મજયંતિના ઉપલક્ષમાં આ ઉજવણીની શરૂઆત કરવામાં આવી હતી.

ભારત સરકારનું ગૃહ મંત્રાલય વિભાગ રાષ્ટ્રીય એકતા દિવસની ઉજવણી સંદર્ભે સત્તાવાર નિવેદનમાં જણાવે છે કે "રાષ્ટ્રીય એકતા દિવસ આપણા દેશની એકતા, અખંડિતતા અને સલામતી માટેના વાસ્તવિક અને સંભવિત જોખમોનો સામનો કરવા માટે આપણા રાષ્ટ્રની અંતર્નિહિત શક્તિ અને સ્થિતિસ્થાપકતાને પુન: પુષ્ટ કરવાનો અવસર પૂરો પાડશે.

આવો જરાક જાણીએ અને માણીએ સરદાર વલ્લભભાઇ પટેલ ની અમુક અજાણી અને જાણીતી વાતો , આ લેખ માહિતી આધારિત છે

અને મેં વિવિધ લેખો ના લેખ અને અને તેના પુસ્તકો નો સંદર્ભ લઈને લખ્યો છે જેની નોંધ લેવા વિનંતી છે. તમામ માહિતી અને શબ્દો સંદર્ભ ના છે! મારા એક પણ નથી જેનો સ્વીકાર કરશો એવી અપીલ છે.

લેખક રાજમોહન ગાંધીએ ભારતના પહેલા રાષ્ટ્રપતિ રાજેન્દ્રપ્રસાદને ટાંકીને લખ્યું છે: "આજે ભારત જે કંઈ પણ છે તેમાં સરદાર પટેલનું બહુ મોટું યોગદાન છે, તેમ છતાં આપણે તેમની ઉપેક્ષા કરીએ છીએ." એક તેમના બહુ જ જાણીતા પ્રશંગ ની વાત કરીએ તો બીબીસી ગુજરાતી સંવાદદાતા રેહાન ફઝલ ૧૫ ડિસેમ્બર ૨૦૧૯ ના પોતાના લેખ "સરદાર વલ્લભભાઈ પટેલ : મૃત્યુના એક વર્ષ પહેલાંનો એ ગોઝારો અકસ્માત જેમાં તેઓ માંડ બચ્યા" માં જણાવે છે કે, એક વખત,

ઓલ ઇન્ડિયા રેડિયોએ તેના 29 માર્ચ, 1949ના રાતના 9 વાગ્યાના બુલેટિનમાં એવા સમાચાર આપ્યા કે સરદાર પટેલને દિલ્હીથી જયપુર લઈ જઈ રહેલા વિમાન સાથેનો સંપર્ક તૂટી ગયો છે.સરદાર પટેલ તેમનાં પુત્રી મણિબહેન, સચિવ વી. શંકર અને જોધપુરના મહારાજાને જયપુર લઈ જઈ રહેલું એ વિમાન દિલ્હીના પાલમ ઍરપોર્ટ પરથી સાંજે 5 વાગ્યાને 32 મિનિટે ઊડ્યું હતું.લગભગ 158 કિલોમિટરનું અંતર કાપવા માટે એક કલાકથી વધુ સમય થવાનો ન હતો.

વલ્લભભાઈ પટેલના હ્રદયની હાલતને ધ્યાનમાં લઈને વિમાન 3000 ફૂટથી ઉપર નહીં ઉડાડવાની સૂચના પાઇલટ ફ્લાઇટ લેફ્ટેનેન્ટ ભીમ રાવને આપવામાં આવી હતી. જોકે, ફ્લાઇંગ લાયસન્સ ધરાવતા જોધપુરના મહારાજાએ સાંજે છઍક વાગ્યે સરદાર પટેલને જણાવ્યું હતું કે વિમાનનું એક ઍન્જિન કામ કરતું બંધ થઈ ગયું છે. એ સમયે વિમાનનો રેડિયો પણ બંધ થઈ ગયો હતો અને વિમાન બહુ ઝડપથી નીચે આવવા લાગ્યું હતું.

સરદાર પટેલના સચિવ તરીકે ફરજ બજાવી ચૂકેલા વી. શંકરે તેમની આત્મકથા 'રેમિનિસન્સ'માં લખ્યું છે: "પટેલના હ્રદય પર શું વીતી રહ્યું હશે એ તો હું ન કહી શકું, પણ તેમના પર કોઈ અસર થઈ હોય એવું બહારથી જણાતું ન હતું. તેઓ, જાણે કે કંઈ થતું જ ન હોય તેમ, શાંતિથી બેઠા હતા."

છ વાગીને વીસ મિનિટે પાઇલટે તમામ પ્રવાસીઓને સીટ બેલ્ટ બાંધી લેવા જણાવ્યું હતું. તેની પાંચ મિનિટ પછી પાઇલટે વિમાનને જમીન પર ઉતારી દીધું હતું.

વિમાનના ઉતરાણની થોડી મિનિટોમાં જ ગામલોકો ત્યાં પહોંચી ગયા હતા. વિમાનમાં સરદાર પટેલ છે એવી તેમને ખબર પડી કે તરત જ ગામલોકોએ તેમના માટે પાણી અને દૂધ મંગાવ્યું હતું અને સરદાર તથા અન્ય લોકોને બેસવા માટે ખાટલા બિછાવ્યા હતા. રાતે 11 વાગ્યે નહેરુને સમાચાર આપવામાં આવ્યા હતા કે સરદાર પટેલ સલામત છે.

31 માર્ચે સરદાર પટેલ ફરી દિલ્હી પહોંચ્યા ત્યારે પાલમ એરપોર્ટ પર અનેક લોકોએ તેમનું સ્વાગત કર્યું હતું. 'પટેલ - અ લાઇફ' નામના પુસ્તકમાં ખુદ રાજમોહન ગાંધીએ લખ્યું છેઃ "આઝાદ ભારતના શાસનતંત્રને કાયદેસરતા પ્રદાન કરવામાં મહાત્મા ગાંધી, જવાહરલાલ નહેરુ અને સરદાર વલ્લભભાઈ પટેલની ત્રિમૂર્તિએ મહત્વની ભૂમિકા ભજવી હતી."

સરદાર પટેલ એક એવી વ્યક્તિ છે, જે પોતાના વિશે અને પોતાની જરૂરિયાતો બાબતે બહુ ઓછું જણાવે છે."સરદાર પટેલના એક વધુ જીવનકથાકાર પી. એન. ચોપડાએ તેમના પુસ્તક 'સરદાર ઑફ ઇન્ડિયા'માં રશિયન વડાપ્રધાન નિકોલાઈ બુલગાનિનને એવું કહેતા ટાંક્યા છે કે "તમારું ભારતીયોનું શું કહેવું! તમે રાજાઓને ખતમ કર્યા વિના રજવાડાંઓને વિખેરી નાખ્યાં." બુલગાનિન માનતા હતા કે સરદાર પટેલની આ સિદ્ધિ બિસ્માર્કની જર્મનીના એકીકરણની સિદ્ધિ કરતાં પણ મોટી હતી.

એક જમાનામાં ભારતીય સૈન્યના નાયબ વડા અને આસામ તથા જમ્મુ-કાશ્મીરના રાજ્યપાલ તરીકે ફરજ બજાવી ચૂકેલા એસ. કે. સિન્હાએ તેમની આત્મકથા 'ચેન્જિંગ ઇન્ડિયા - સ્ટ્રેઈટ ફ્રોમ હાર્ટ'માં એક કિસ્સો નોંધ્યો છેઃ "એક વખત જનરલ કરિઅપ્પાને સંદેશો મળ્યો હતો કે સરદાર પટેલ તેમને તુરંત મળવા ઈચ્છે છે. કરિઅપ્પા એ સમયે કાશ્મીરમાં હતા. તેઓ તરત દિલ્હી આવ્યા અને પાલમ એરપોર્ટથી સીધા ઔરંગઝેબ રોડ પર આવેલા સરદાર પટેલના ઘરે પહોંચ્યા. હું પણ તેમની સાથે હતો."

એસ. કે સિન્હા લખે છે: "હું વરંડામાં તેમની રાહ જોતો હતો. કરિઅપ્પા પાંચ મિનિટમાં બહાર આવ્યા પછી તેમણે મને કહ્યું હતું કે સરદાર પટેલે તેમને બહુ સામાન્ય સવાલ પૂછ્યો હતો કે આપણા હૈદરાબાદ ઓપરેશન દરમિયાન પાકિસ્તાન તરફથી કોઈ પ્રતિક્રિયા આવશે તો વધારાની કોઈ મદદ વિના તમે તેનો સામનો કરી શકશો? તેનો જવાબ કરિઅપ્પાએ એક જ શબ્દ 'હા'માં આપ્યો હતો અને એ બેઠક પૂરી થઈ ગઈ હતી."

એસ. કે. સિન્હા લખે છે: "વાસ્તવમાં એ સમયના ભારતીય સૈન્યના વડા જનરલ બૂચર કાશ્મીરની પરિસ્થિતિને જોતાં હૈદરાબાદમાં કોઈ કાર્યવાહી કરવાના પક્ષમાં ન હતા.""બીજી તરફ ઝીણા ધમકી આપતા હતા કે ભારત હૈદરાબાદમાં હસ્તક્ષેપ કરશે તો બધા મુસ્લિમ દેશો તેની સામે ઊભા થઈ જશે.""કરિઅપ્પા સાથેની બેઠક પછી તરત જ સરદારે હૈદરાબાદમાં ઓપરેશન હાથ ધરવાનો આદેશ આપ્યો હતો અને એક જ સપ્તાહમાં હૈદરાબાદ ભારતનું એક અંગ બની ગયું હતું." આવા તો અનેક કિસ્સા છે .સરદાર પટેલના શાસન દરમિયાન ભારતનું ક્ષેત્રફળ - પાકિસ્તાન અસ્તિત્વમાં આવ્યા છતાં - સમુદ્રગુપ્ત (ચોથી શતાબ્દી), અશોક (ઈસવી પૂર્વે 250 વર્ષ) અને અકબર(સોળમી શતાબ્દી)ના જમાનાના ભારતના ક્ષેત્રફળ કરતાં પણ વધુ હતું.

સરદાર પટેલની જીવનકથામાં રાજમોહન ગાંધીએ લખ્યું છે: "1928માં બારડોલીના ખેડૂત આંદોલનમાં સરદારની ભૂમિકા બાદ કૉંગ્રેસના ભૂતપૂર્વ અધ્યક્ષ મોતીલાલ નહેરુએ મહાત્મા ગાંધીને એક પત્રમાં લખ્યું હતું કે આ સમયના હીરો વલ્લભભાઈ છે તેમાં કોઈ શંકા નથી. આપણે તેમના માટે એક કામ કરી શકીએ કે તેમને કૉંગ્રેસના અધ્યક્ષ બનાવીએ. કોઈ કારણસર એવું ન થાય તો આપણી બીજી પસંદ જવાહરલાલ હોવા જોઈએ."

રાજમોહન ગાંધી લખે છે: "પટેલ વિરુદ્ધ નહેરુના વાદ-વિવાદમાં નહેરુની તરફેણમાં એવી દલીલો કરવામાં આવતી હતી કે નહેરુ કરતાં ઉંમરમાં સરદાર 14 વર્ષ મોટા છે, તેઓ યુવાવર્ગમાં નહેરુ જેટલા લોકપ્રિય નથી. નહેરુનો રંગ ગોરો હતો અને તેઓ દેખાવમાં આકર્ષક લાગતા હતા, જ્યારે સરદાર ગુજરાતી ખેડૂત પરિવારમાંથી આવતા હતા અને થોડા ચૂપ રહેતા બળવાન પુરુષ લાગતા હતા.

"તેમને કાળી-ધોળી મૂછો હતા, જે બાદમાં તેમણે કઢાવી નાખી હતી. તેમના માથા પર નાના વાળ હતા. આંખોમાં થોડી રતાશ હતી અને ચહેરા પર થોડી કઠોરતા દેખાતી હતી."

નહેરુ અને પટેલે લગભગ એક જ સમયે પરદેશમાં વકીલાતનો અભ્યાસ કર્યો હતો, પણ એ દરમિયાન તેમની મુલાકાત થઈ હતી કે કેમ તેનો કોઈ રેકર્ડ મળતો નથી. નહેરુ અને પટેલની ક્ષમતાઓનું સૌથી સટીક આકલન રાજમોહન ગાંધીએ તેમના પુસ્તકમાં કર્યું છે. તેઓ લખે છે: "1947માં પટેલ ઉંમરમાં 10 કે 20 વર્ષ નાના હોત તો કદાચ બહુ સારા અને સંભવતઃ નહેરુથી પણ વધુ બહેતર વડાપ્રધાન સાબિત થયા હોત, પરંતુ 1947માં સરદાર નહેરુથી ઉંમરમાં 14 વર્ષ મોટા હતા અને વડાપ્રધાનપદને ન્યાય આપી શકે એટલા સ્વસ્થ પણ ન હતા."

દુર્ગા દાસે તેમના પુસ્તક 'સરદાર પટેલ્સ કોરસ્પોન્ડન્સ'માં નોંધ્યું છે: "પટેલને અંગ્રેજી કપડાં એટલાં બધાં ગમતાં હતાં કે અમદાવાદમાં સારા ડ્રાઈ ક્લીનર્સ ન હોવાને કારણે તેઓ એ કપડાંને મુંબઈમાં ડ્રાઈ ક્લીન કરાવતા હતા."

એ પછી સરદાર ગાંધીજીના સ્વદેશી આંદોલનથી એટલા પ્રભાવિત થયા હતા કે તેમણે સર્વસાધારણ ભારતીય વસ્ત્રો પહેરવાનું શરૂ કરી દીધું હતું.

બ્રિજના ઉત્તમ ખેલાડી હોવા છતાં સરદાર પટેલ ગ્રામ્ય પરિવેશમાં મૂળિયાં ધરાવતા હોવાનો આભાસ આપતા હતા. તેમનામાં ખેડૂત જેવી જીદ, બરછટપણું અને દરિયાદિલી હતાં.

દુર્ગા દાસે લૉર્ડ માઉન્ટબેટનને એમ કહેતા ટાંક્યા છે કે "સરદાર પટેલ હંમેશા જમીન સાથે જોડાયેલા રહ્યા હતા,."

દુર્ગા દાસે સરદારનાં પુત્રી મણિબહેનને એવું કહેતાં ટાંક્યાં છે કે "સરદાર પટેલને 1941થી આંતરડાની તકલીફ શરૂ થઈ ગઈ હતી. તેમની બીમારીના અનુસંધાને માર્ચ-1948માં ડૉક્ટરોએ સરદારના સવારે ચાલવા જવા પર પણ પ્રતિબંધ લગાવ્યો હતો અને સરદારે લોકોને હળવામળવાનું પણ ઓછું કરી નાખ્યું હતું." 15 ડિસેમ્બર, 1950ના મળસ્કે ત્રણ વાગ્યે સરદારને હૃદયરોગનો હુમલો આવ્યો હતો અને તેઓ બેભાન થઈ ગયા હતા.

ચાર કલાક પછી તેઓ થોડા ભાનમાં આવ્યા ત્યારે તેમણે પાણી માગ્યું હતું. મણિબહેને તેમને મધ મેળવેલું ગંગાજળ ચમચીથી પિવડાવ્યું હતું. સવારે 9.37 વાગ્યે સરદારે અંતિમ શ્વાસ લીધા હતા. અંતિમ સંસ્કારના સમયે રાજેન્દ્ર પ્રસાદ, જવાહરલાલ નહેરુ અને સી. રાજગોપાલાચારી, એ ત્રણેયની આંખોમાં આંસુ હતાં. રાજાજી અને રાજેન્દ્ર પ્રસાદે સરદારની ચિતાની પાસે ઊભા રહીને ભાષણ પણ કર્યાં હતાં.ડૉ. રાજેન્દ્ર પ્રસાદે કહ્યું હતુ: "સરદારના શરીરને અગ્નિ બાળી તો રહ્યો છે, પણ તેમની પ્રસિદ્ધિને વિશ્વનો કોઈ અગ્નિ બાળી શકશે નહીં." આવા મહા માનવ ને વંદન.

સંદર્ભ : વિકિપીડિયા અને તમામ અખબારી અહેવાલો , વિવિધ લેખકો વડે લખાયેલી સરદાર ની આત્મકથા અને વિવિધ બ્લોગ ના વિચારો

2
ટેલિકમ્યુનિકેશન્સ ડે

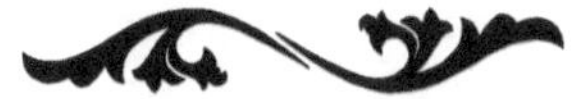

મિત્રો કોરોએ કહેર વચ્ચે લોકડાઉન માં જો સૌથી વધારે ઉપયોગ થતો હોય તો તે છે મોબાઈલ તકનીક નો અને ઈન્ટરનેટ નો , ઓન લાઈન શિક્ષણ , બેન્કિંગ , બાઝાર ની ખરીદારી , મનોરંજન માટે અને વર્ક ફ્રોમ હોમ માટે આજનો દિવસ મહત્વ નો છે આથી કોરોના કહેર વચ્ચે આજનો દિવસ મનાવજો આવી અપીલ છે . ઈ પુસ્તકો , ફિલ્મ , નાટકો , ફિલ્મ , ગીતો , વેબ સિરીઝ , રસોઈ , ઈ પેપર વગેરે માટે આપણે હવે આજીવન ટેલિકોમનીકેશન ઉપર આધારિત છીએ તે એક વાસ્વિકતા છે . આથીજ .ટેલિફોન ઇતિહાસમાં સૌથી નફાકારક શોધ છે,

વિશ્વ ટેલિકમ્યુનિકેશન્સ દિવસની ઉજવણી દર વર્ષે 17 મી મે 1969 માં કરવામાં આવી હતી. આ તારીખ પસંદ કરવામાં આવી છે કારણ કે તે જ તારીખ છે જ્યારે આંતરરાષ્ટ્રીય ટેલિગ્રાફ યુનિયનની સ્થાપના થઈ હતી. આ બન્યું હતું જ્યારે 17 મી મે 1865 ના રોજ પેરિસમાં પ્રથમ આંતરરાષ્ટ્રીય ટેલિગ્રાફ સંમેલન પર હસ્તાક્ષર કરવામાં આવ્યા હતા. આઇટીયુ પ્લેનિપોટેન્ટરી કોન્ફરન્સમાં સ્પેનના મલાગા-ટોરેમોલિનોસમાં 1973 માં આ કાર્યક્રમની શરૂઆત કરવામાં આવી હતી.

વર્ષે પણ, એક પ્રસંગોચિત થીમ પસંદ કરવામાં આવે છે, આ દિવસે એક મહિલા ને ખાસ યાદ કરવી પડશે કે જે ટેલિકમ્યુનિકેશન્સમાં માન્ય નામ છે, તે છે શિર્લે એન જેક્સન. તે

પી.એચ.ડી., એમ.આઈ.ટી.માંથી ડોક્ટરની પદવી મેળવનારી પ્રથમ આફ્રિકન-અમેરિકન હતી. 1970 ના દાયકામાં પરમાણુ ભૌતિકશાસ્ત્રમાં. 1999 માં, તે રેનસેલેર પોલિટેકનિક સંસ્થાના 18 મા અધ્યક્ષ બન્યાં. આ યુનાઇટેડ સ્ટેટ્સની સૌથી જૂની તકનીકી સંશોધન યુનિવર્સિટી છે, જેની સ્થાપના 1824 માં થઈ હતી.

વિશ્વ દૂરસંચાર અને માહિતી સોસાયટી દિવસ ,નવેમ્બર 2006 માં, તુર્કીના અંતાલ્યામાં આઇટીયુ પ્લેનિપોટેન્ટરી કોન્ફરન્સમાં 17 મેના રોજ બંને કાર્યક્રમોને વર્લ્ડ ટેલિકમ્યુનિકેશન એન્ડ ઇન્ફોર્મેશન સોસાયટી ડે તરીકે ઉજવવાનું નક્કી કરાયું. આ વખત ની થીમ છે : "પડકારજનક સમયમાં ડિજિટલ ટ્રાન્સફોર્મેશનને વેગ આપવો 'વિશ્વ ટેલિકમ્યુનિકેશન્સ ડે આપણા જીવનના સંદેશાવ્યવહારના સતત વિકાસની ઉજવણી કરે છે. વર્લ્ડ ટેલિકમ્યુનિકેશન્સ ડે (ડબ્લ્યુટીડી) નું મુખ્ય ધ્યેય સંદેશાવ્યવહારના મહત્વ અને વિશ્વભરમાં માહિતી કેવી રીતે પ્રવાસ કરે છે તે પ્રકાશિત કરવાનું છે.

આપણા જીવનમાં નિર્ણાયક સંદેશાવ્યવહાર કેવી છે તે અંગે જાગૃતિ લાવવા અને ક્ષેત્રમાં તકનીકીના વિકાસને ઉત્તેજિત કરવાનો પણ તેનો હેતુ છે.સંદેશા વ્યવહાર ની પ્રક્રિયા , સંદેશાવ્યવહાર પદ્ધતિઓને ટેકો આપવા માટે 1865 માં રચાયેલી કમિટી, આંતરરાષ્ટ્રીય ટેલિગ્રાફ યુનિયન (આઈટીયુ) સાથે વિશ્વ ટેલિકમ્યુનિકેશંસ ડેના કડક નિયમો છે. આ દિવસે કેટલીક નોંધપાત્ર વિગતો જાણીયે તો - 1876 માં ટેલિફોનની શોધ, 1957 માં પ્રથમ ઉપગ્રહનો પ્રક્ષેપણ, અને છેવટે, 60 ના દાયકામાં ઇન્ટરનેટનો ઉદ્ભવ થયો હતો. વિશ્વ ટેલિકમ્યુનિકેશંસ ડેનો ઉદ્દેશ તકનીકી લાવે તેવી શક્યતાઓ પ્રત્યે જાગૃતિ વધારવામાં મદદ કરવાનો છે. ઇન્ટરનેટ અને અન્ય માહિતી અને સંચાર તકનીકો (આઇસીટી) પર ધ્યાન કેન્દ્રિત કર્યું છે.

આપણે આજનો ઉપયોગ આર્થિક અને સોસાયટીઓમાં આઇસીટીને થતા વિવિધ ફાયદાઓ જોવા માટે, સાથે સાથે ડિજિટલ વિભાજનને દૂર રાખવા માટેની રીતો માટે માટે કરીએ છીએ.આ તારીખના ઇતિહાસ અને તમે વિવિધ ટેલિકમ્યુનિકેશન્સ ડેની ઉજવણી કરતા પહેલા, ચાલો આપણે કેટલાક આશ્ચર્યજનક ટેલિકમ્યુનિકેશન્સ

તથ્યો પર એક નજર નાખો તો નવું જાણવા મળશે જેમકે પહેલો ટેક્સ્ટ સંદેશ જે ક્યારેય મોકલ્યો હતો તે નીલ પેપવર્થ દ્વારા આપ્યો હતો. "મેરી નાતાલ" કહીને તે ઉત્સવની પણ હતી.પ્રથમ વખતનો VoIP, વોઇશ ઓવર ઇન્ટરનેટ પ્રોટોકોલ, ડિસેમ્બર 1974 માં બનાવવામાં આવ્યો હતો .

ટેલિફોન ઇતિહાસમાં સૌથી નફાકારક શોધ છે. આપણી પાસે આટલી સહેલાઇથી ઉપયોગ કરવાની ક્ષમતા હોય તેવી આશ્ચર્યજનક તકનીકીઓ બનાવીને વિશ્વ ટેલિકમ્યુનિકેશંસ ડે કેમ ના ઉજવાય? ઉદાહરણ તરીકે, તમારા કોઈ મિત્રને સ્કાયપે પર કોલ કેમ ન આપ્યો જેની સાથે તમે ઘણા સમયથી વાત કરી નથી? આ વિશ્વ ટેલિકમ્યુનિકેશંસ ડેનો સન્માન કરવાનો એક સરસ રસ્તો છે, વોટ્સએપ,ફેસબુક ,ટેલિગ્રામ , ટ્વિટર ,ઇન્સ્ટાગ્રામ વગેરે જુદી જુદી તકનીકીઓ નો ઉપયોગ કરીને તમે પોતાના બિઝનેશ ,નોકરી માં સ્વવિકાસ કરી શકો છો. જેનો ઉપયોગ આપણે આપણા રોજિંદા જીવનકાળને વધારવા માટે કરી શકીએ છીએ.

સંદર્ભ :વિકિપીડિયા ,વિવિધ અખબારી અહેવાલો

3

આપઘાત નિવારણ દિવસ

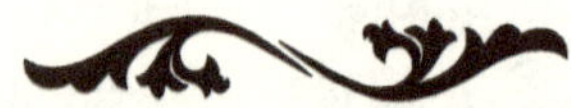

મિત્રો આ લેખ માહિતી આધારિત છે , મેં વિવિધ સંદભો, અખબારી અહેવાલો નો ઉપયોગ કરીને આ લેખ લખ્યો છે જેની નોંધ લેવા વિનંતી છે વિશ્વ આરોગ્ય સંસ્થા અને આંતરાષ્ટ્રીય આપઘાત નિવારણ સંસ્થાન દ્વારા ૨૦૦૩થી દર વર્ષે ૧૦ સપ્ટેમ્બર ના દિવસને "વિશ્વ આપઘાત નિવારણ દિવસ" તરિકે ઉજવવામાં આવે છે.

જેમાં આપઘાત નુ જોખમ ધરાવતી વ્યક્તિ સાથે કરવામા આવતી આવતા ટુંકા, સહાનુભુતી પુર્વકના તેમજ કોઇપણ નિર્ણય થોપી બેસાડ્યા વિનાના વાર્તાલાપ તેમજ વ્યક્તિને પોતાની આપવીતી ચર્ચવા પ્રોત્સાહિત કરવાથી આપઘાત નુ જોખમ ઘટાડી શકાય છે. માનસિક સમસ્યા કે રોગોના કારણે આત્મહત્યા થવાનું પ્રમાણ સૌથી વધુ ૯૦ % જેટલું છે. બાકીના પરિબળોમાં કૌટુંબિક કલહ, નજીકની વ્યક્તિનું મૃત્યુ, મોટી શારીરિક બીમારી, લગ્ન કે પ્રેમમાં નિષ્ફળતા, આર્થિક સંકડામણ કે દેવું વધી જવું, પરીક્ષામાં નિષ્ફળતા, બેકારી, ડ્રગ્સ કે અન્ય વ્યસનો વગેરે જવાબદાર હોય છે.

વિશ્વ આરોગ્ય સંસ્થા 'હુ'ના જણાવ્યા અનુસાર દક્ષિણ પૂર્વ એશિયામાં ભારતમાં આત્મહત્યાનો દર સૌથી ઊંચો છે. ભારત પછી બીજા ક્રમે શ્રીલંકાછે. દર વર્ષે વિશ્વમાં આશરે ૮ લાખ જેટલા મોત

આપઘાતથી નિવડે છે, જે પૈકી ૧.૩૫ લાખ (આશરે ૧૭% મોત) ભારત માથી નોંધાય છે. અને આપઘાતનો પ્રયત્ન કરી બચી જનાર વ્યક્તિની સંખ્યા તો આથી ૨૫ગણીવધુહોવાની.ભારતમાં છેલ્લા તીસ વર્ષમાં આપઘાતના પ્રમાણમાં આશરે ૩૦% જેટલો વધારો નોંધાયો છે. જે ચિંતાજનક બાબત છે. વૈશ્વિક સ્તરે ૧૫ થી ૨૪ વર્ષના યુવાનોમાં મૃત્યુના કારણોમાં આપઘાત પ્રથમ ક્રમાકે છે.

વિશ્વ આરોગ્ય સંસ્થાના અંદાજે વિશ્વમાં 8 લાખ લોકો આપઘાતથી મોતને ભેટે છે. જે પૈકી 17 ટકાનું પ્રમાણ ભારતમાં છે. વિશ્વભરમાં આત્મહત્યાનું પ્રમાણ હાલ ચિંતાજનક સ્તરે છે. આપઘાત પાછળ ઉંમર, વ્યસન, બ્રાઉન સુગર, ડિપ્રેશન, માનસિક બિમારી, કૌટુંબિક કારણો, નાણાભીડ વગેરે કારણો મુખ્ય ભૂમિકા ભજવે છે. સ્ત્રીઓમાં આત્મહત્યાનું પ્રમાણ વધુ જ્યારે પુરુષો આપઘાત કરવામાં સફળ રહે છે. એકાકી જીવન જીવનારામાં આપઘાતનું પ્રમાણ વધારે જોવા મળે છે.

જેને રોકવા તાત્કાલિક સારવાર, સાયુજ્યનું સ્થાપન, જીવનના મૂલ્યોનું જ્ઞાન, મિત્રતા કેળવવી, સલાહ કેન્દ્રો સ્થાપવા, હતાશા દુર કરવી અને સહાયતા કરવા જેવાં પગલાં લેવાય તો તેનું પ્રમાણ રોકી શકાય છે. કેટલાંક વ્યક્તિઓનો મનોભાર વધી જતા, ભિન્નતા વધતા, આવેગ, સામાજિક કારણોને લીધે આપઘાત કરવાનું પસંદ કરે છે. પણ જો તેની સમસ્યાનું યોગ્ય નિવારણ આવે તો તે વ્યક્તિ આપઘાત કરવાના વિચારને મનમાંથી કાઢી શકે છે.

રેક ઉંમરની વ્યક્તિ માટે આખી દુનિયામાં મૃત્યુના સૌ પ્રથમ વીસ કારણોમાંનું એક કારણ આપઘાત છે. ગુજરાતમાં જ છેલ્લા 10 વર્ષમાં આપઘાતના પ્રમાણમાં 32 ટકા જેટલો વધારો નોંધાયો છે. તાજેતરમાં જ ગુજરાત વિધાનસભામાં અપાયેલી માહિતી મુજબ, છેલ્લાં 2 વર્ષમાં સરેરાશ 40,008 આત્મહત્યા/અપમૃત્યુના કેસ નોંધાયા છે. રાજ્યમાં દૈનિક 55 લોકો આત્મહત્યા કરી જીવન ટૂંકાવે છે. જ્યારે વિશ્વમાં દર વર્ષે આશરે 8 લાખ લોકો આત્મહત્યા કરે છે. એટલે કે દર 40 સેકન્ડે વિશ્વમાં એક આપઘાત થાય છે. ગંભીર એ છે કે એનાથી 25 ગણા આત્મહત્યાના પ્રયાસો કરે છે.

વિશ્વ આરોગ્ય સંસ્થાને મતે તેમાંના 17 ટકા જેટલા આપધાતભારતમાંથાયછે. હાર્વે-ફ્રાઇડમેન કહે છે, "પુરુષો માનસિક સ્વાસ્થ્ય માટે સારવાર લેવાનું ઓછું પસંદ કરે છે.""સ્ત્રીઓ જેવી સમસ્યા પુરુષોને નથી હોતી એમ નથી - પરંતુ આપધાતનું જોખમ વધે તે પ્રકારનો સ્ટ્રેસ કે માનસિક સમસ્યા પોતાને છે તેવું પારખવામાં પુરુષો ઊણા ઊતરતા હોય છે."પોતે તણાવ થાય તેવી સ્થિતિમાં છે તેનો ખ્યાલ ના આવે ત્યાં સુધી વ્યક્તિને એ પણ નથી સૂઝતું કે તેની સારવાર કરાવી શકાય છે. અન્ય જોખમી પરિબળો કૌટુંબિક કે વ્યવસાયને લગતા હોઈ શકે છે.

આર્થિક મંદીના કારણે બેરોજગારી વધે ત્યારે આત્મહત્યા પણ વધે તેવું જોવા મળ્યું છે.મોટા ભાગના કિસ્સાઓમાં એવુ જોવા મળ્યુ હોય છે કે આપધાતનો પ્રયત્ન કરનાર કે આપધાત વડે મૃત્યુને ભેટનાર વ્યક્તિ ખરેખર આપધાત કરવા ઇચ્છતી નથી હોતી પરંતુ કોઇ પોતાની નિરાશા ઓળખી પોતાના પ્રશ્નોમાં દરમિયાનગીરી કરે તેમ ઇચ્છતી હોય છે. આવા સમયે જો નજીકના સ્નેહીઓ કે મિત્રો મદદરુપ બને તો આપધાત ના ઘણા કિસ્સાઓ નિવારી શકાય તેમ છે. ઘણી વખત સ્નેહીજન કે મિત્ર આપધાતની વાત કે પોતાના વિચાર જાહેર કરે ત્યારે શું કરવુ-કેવો પ્રતિભાવ આપવો એ આપણે સમજી શકતા નથી. કે પોતા પાસે જે-તે વ્યક્તિના પ્રશ્નો ના જવાબો નહીં હોય તેમ માની પ્રતિભાવો આપવાનુ ટાળે છે. પરંતુ આવા સમયે માત્ર તેને સમય આપીને સાંભળવાથી, પોતાના નિર્ણયો તેના પર થોપીના બેસાડવાથી પણ આપણે તેને મદદરુપ થઇ શકીયે છીએ.

નેશનલ મેન્ટલ હેલ્થ સર્વેના આંકડા મુજબ, ભારતમાં દર 20માંથી 1 વ્યક્તિ ડિપ્રેશનનો શિકાર છે. એમાં પણ 15થી 49 વર્ષની વયજૂથ વચ્ચેના 2,58,000 લોકોએ 2012માં આપધાત કર્યો હતો.આપધાતના દરેક પ્રયત્ન ને ગંભીરતાથી લેવો જોઇએ.વ્યક્તિ સાથે વાત કરવાનો પ્રયત્ન કરવો જોઇએ. તેને પ્રતિતિ થવી જોઇએ કે તમને તેની મુશકેલીઓ હલ કરવામાં પુરતો રસ છે.વ્યક્તિને એકલા ના મુકો. સતત તેની સાથે રહો.તે કઇ રીતે આત્મહત્યા નો પ્રયત્ન કરવાનુ વિચારે છે તે જાણવાનો પ્રયત્ન કરવો જોઇએ.તેને ઠપકો આપવાનો, શિખામણ આપવાનો કે ગુસ્સે થવાનો આ યોગ્ય સમય નથી.તે

આત્મહત્યા નહીં કરી શકે, ખાલી ધમકી આપે છે, આત્મહત્યાની વાતો કરવી સહેલી છે પરંતુ વાસ્તવમાં તેનો અમલ અઘરો છે વગેરે કહી તેને પડકારો નહીં

.જો વ્યક્તિ ખાતરી આપે કે તે હવે આત્મહત્યા નહીં કરે અને યોગ્ય સારવાર વિના પરિસ્થિતીનુ નિરાકરણ આવી ગયુ છે તો તેમ માની લેશો નહી.આપઘાત ના વિચારો કે પ્રયત્ન કરતી વ્યક્તિ આ કૃત્ય માનસિક અસ્વસ્થતા કે બિમારી હેઠળ કરેલ હોય તેવી પુરી સંભાવના છે. આથી આ દરેક વ્યક્તિની મનોચિકિત્સક પાસે પણ તપાસ કરાવવી જરુરી છે. આથી સબંધિત માનસિક રોગની સારવાર કરી શકાય અને વધુ આપઘાતના પ્રયત્નો ટાળી શકાય. ટેક્નોલોજીને કારણે પણ વિકલ્પો મળી રહ્યા છે. દરેક વ્યક્તિ બીજા સમક્ષ પોતાનું દિલ હળવું કરવા તૈયાર હોતી નથી. હેલ્પલાઇન પર ફોન પણ કરવાની તૈયારી નથી હોતી. પરંતુ ચેટબૉટ્સ જેવી આર્ટિફિશ્યલ ઇન્ટેલિજન્સની ટેક્નોલોજી વ્યક્તિને વાતચીત કરવા પ્રેરી શકે છે. પોતાના વિશે કશુંક ધારી લેવામાં આવશે તેવા ભય વિના વ્યક્તિ પોતાનું દિલ ખોલી શકે છે. એક વાત નક્કી છે કે હજી પણ ઘણા પ્રયાસો કરવા જરૂરી છે.

સંદર્ભ :વિકિપીડિયા , વિવિધ અખબારી અહેવાલો અને વિવિધ લેખકો ના બ્લોગ અને લેખ આધારિત માહિતી

4
આરોગ્ય દિવસ

મિત્રો દર વર્ષે, વિશ્વભરના ઘણા લોકો જુદા જુદા કારણોસર સારી ગુણવત્તાવાળી આરોગ્ય સેવાઓનો લાભ લઇ શકતા નથી. WHOનો મુખ્ય ઉદ્દેશ્ય એ છે કે વિશ્વના તમામ વયજૂથના અને તમામ વર્ગના લોકો કોઈપણ સમસ્યાઓ વગર સારી આરોગ્ય સેવાઓનો આનંદ માણી શકે. જેમાં સારવાર, હોસ્પિટલ ખર્ચ, દવાઓ વગેરે સામેલ છે.

આ વિશેષ દિવસની ઉજવણીનો મુખ્ય હેતુ એ છે કે લોકોમાં આરોગ્ય સેવાઓ અને વિવિધ રોગો વિશે જાગૃતિ આવે, તેઓ સારવાર માટે સરકારી અને બિન-સરકારી સ્તરે ચલાવવામાં આવતી યોજનાઓથી વાકેફ હોય અને માત્ર માત્ર સારવાર માટે જ નહીં, પણ દર્દીઓના પુનર્વસન માટે પણ યોગ્ય વ્યવસ્થા કરવી જોઈએ.સાર્વત્રિક આરોગ્ય કવરેજ દિવસ દરવર્ષે અલગ અલગ થીમ પર આયોજિત કરવામાં આવે છે. આ વખતે જ્યારે સમગ્ર વિશ્વ કોરોના મહામારી થી વ્યથિત છે ત્યારે આ દિવસ નું મહત્વ વધી જાય છે. કોરોના મહામારીથી વિશ્વ જજુમી રહ્યું છે ત્યારે ભારતે તેની આયુર્વેદિક પરંપરાગત ઉપચારો થી આ રોગ ઉપર ભારે એવો કાબુ મેળવ્યો છે . ઉપરાંત કોરોના રશી ની ભારતીય શોધ થી આજે ભારત સમગ્ર વિશ્વ ને પોતાની કાબેલ આતમનિર્ભર ભારત ની જીવનશૈલી નો પરિચય આપ્યો છે .

વિશ્વ સ્વાસ્થ્ય સંગઠન દ્વારા આ દિવસની શરૂઆત 1950 માં કરવામાં આવી હતી અને તેનો મુખ્ય ઉદ્દેશ વૈશ્વિક આરોગ્ય અને તેની સાથે સંકળાયેલી સમસ્યાઓ ધ્યાનમાં લેવાનો છે. આપણે સદીઓથી માન્યતા રાખીએ છીએ કે 'પહેલું સુખ એ શારીરિક શરીર છે, સુખના ધરમાં સુખ છે' અને 'જીવન હોય તો જીવન છે'. આરોગ્યના મહત્વ તરફ મોટી સંખ્યામાં લોકોનું ધ્યાન આકર્ષિત કરવા માટે, વર્લ્ડ હેલ્થ ઓર્ગેનાઇઝેશનના નેતૃત્વ હેઠળ દર વર્ષે April એપ્રિલના રોજ 'વિશ્વ આરોગ્ય દિવસ' ઉજવવામાં આવે છે. નોંધનીય છે કે, વર્લ્ડ હેલ્થ ઓર્ગેનાઇઝેશન દ્વારા સૌ પ્રથમ 1948 માં જિનીવામાં વર્લ્ડ હેલ્થ એસેમ્બલીનું આયોજન કરવામાં આવ્યું હતું અને વર્ષ 1950 માં આખી દુનિયામાં પહેલી વખત વર્લ્ડ હેલ્થ ડેની ઉજવણી કરવામાં આવી હતી. વર્લ્ડ હેલ્થ ઓર્ગેનાઈઝેશન (ડબ્લ્યુએચઓ) નું મુખ્ય મથક સ્વિટ્ઝર્લ .ન્ડના જિનીવા શહેરમાં સ્થિત છે. તેનો મુખ્ય ઉદ્દેશ વિશ્વભરના લોકોના આરોગ્યનું સ્તર ઉંચું રાખવાનું છે.

આજે વિશ્વ ચિકિત્સાના ક્ષેત્રમાં ઘણું આગળ વધી ગયું છે, પણ બીજી તરફ લોકોની કથળતી જતી જીવનશૈલીને કારણે બીમારીઓ પણ વધી રહી છે. સ્વાસ્થ્યને લઇને આજે વ્યક્તિએ પોતે વધુ જાગૃત થવાની જરૂર છે. વ્યસ્ત બનતી જતી જીવનશૈલીને કારણે આ નિયમ જાળવવો લોકો માટે દિવસેને દિવસે અધરો બનતો જઇ રહ્યો છે.

પણ થોડો સમય ફાળવીને, ધ્યાન દઇને જો સંતુલિત આહારનું સેવન કરશો તો તમારા શરીરને તમે અનેક બીમારીઓ સામે રક્ષણ પૂરું પાડશો. કારણ કે તમારો આહાર જ તમારા સ્વાસ્થ્યનું નિર્માણકરેછે. આજે તણાવ અને ભાગદોડથી ભરેલું જીવન તો બહુ સામાન્ય બની ગયું છે. આ સમસ્યાઓથી બચવા વ્યાયામ કરોઅનેફિટરહોબીમારીઓથી બચવું હોય તો કોઇપણ બીમારીમાં ચિકિત્સા કરાવવામાં સહેજપણ વિલંબ કે આળસ નકરશો. તેની સમયસર તપાસ કરાવી યોગ્ય દિશામાં દવાલેવાનુંશરુકરજો.
તણાવમુક્ત થઇને તમે તમારા તમામ કાર્યો સરળતાથી અને સમયસર કરી શકો છો. માટે તણાવમુક્ત થવાનો પ્રયાસકરો.તણાવમુક્ત રહેવા માટે પૂરતી ઊંઘ પણ એટલી જ જરૂરી છે. સમયસર ઊંઘવાની અને સમયસર જાગવાનીટેવપાડો.જોકે,

બીમારી કોઇને પણ, ગમે ત્યારે થઇ શકે છે. માટે તેનાથી બચવાના દરેક સંભવ પ્રયાસો કરતા રહો. આ માટે ઉપરની ખાસ ટેવો અપનાવી આજીવન તમે સ્વસ્થ-તંદુરસ્ત રહી શકશો.

કોરોનાના સંકટ વચ્ચે વિશ્વ આરોગ્ય દિવસ આવ્યો છે. ત્યારે માત્ર એકબીજાના સારા સ્વાસ્થ્યની કામના ન કરીએ પરંતુ કોરોના સામે જંગમાં ખંત પૂર્વક પોતાનું કામ કરી રહેલા તબીબો, નર્સ, મેડિકલ સ્ટાફ, હેલ્થ વર્કર્સને પણ યાદ કરીએ તેવી અપીલ છે તદઉપરાંત માસ્ક ,સોશિયલ ડિસ્ટન્સિંગ જાળવવા જરૂરી છે દુનિયાભરમાં આશરે 100 મિલિયન લોકો ખરાબ સ્વાસ્થ્ય અને મોંઘી આરોગ્ય સેવાઓને લીધે બિમારીનો શિકાર બને છે,દુનિયાભરની લગભગ અડધાથી વધુ વસ્તી બિમારીના સમયે પૂર્ણ વીમા જેવી સેવાઓનો લાભ ઉઠાવતા નથી.

દુનિયાભરમાં આશરે 300 મિલિયન લોકો પોતાના બજેટમાંથી આશરે 12 ટકા જેટલું સ્વાસ્થ્ય સેવાઓ પર ખર્ચ કરે છે. સમગ્ર વિશ્વની માનવજાતને આરોગ્ય અંગે જાગૃતિ લાવવાનો પ્રયાસ એટલે વિશ્વ આરોગ્ય દિવસની ઉજવણી. સમગ્ર વિશ્વમાં ૭મી એપ્રિલની તારીખ આ દિવસ માટે નક્કી કરવામાં આવી છે. વિશ્વ આરોગ્ય સંસ્થા (W.H.O.) અને તેની સાથે સંકળાયેલ બીજી સંસ્થાઓ દ્વારા તેની ઉજવણી કરવામાં આવે છે. આ રીતે દર વર્ષે ૭મી એપ્રિલના રોજ 'વિશ્વ આરોગ્ય દિન' નિમિત્તે વિશ્વ આરોગ્ય સંસ્થા દ્વારા જુદા જુદા સૂત્રો આપવામાં આવે છે અને તે માટે જરૂરી કાર્યક્રમો યોજવામાં આવે છે. જેથી સમગ્ર વિશ્વની માનવજાતનું આરોગ્ય જળવાઇ રહે.

સંદર્ભ :વિવિધ અખબારી અહેવાલો અને વીકિપીડીયા

5
નૃત્ય દિવસ

મિત્રો આ લેખ માહિતી આધારિત છે , મેં વિવિધ સંદર્ભો, અખબારી અહેવાલો નો ઉપયોગ કરીને આ લેખ લખ્યો છે જેની નોંધ લેવા વિનંતી છે,

આંતરરાષ્ટ્રીય નૃત્ય દિવસ દર વર્ષે 29 એપ્રિલે વિશ્વભરમાં ઉજવવામાં આવે છે. તે 1982 માં પ્રથમ ઉજવણી કરવામાં આવી હતી. તેનો મુખ્ય હેતુ નૃત્ય દ્વારા તેની લાગણી વ્યક્ત કરવાનો અને નૃત્ય તરફ લોકોનું ધ્યાન આકર્ષિત કરવાનો છે. તે તેમના જન્મદિવસ પર મહાન નૃત્યાંગના જીન જ્યોર્જ નાવરની યાદમાં ઉજવવામાં આવે છે. તે ડાન્સ જગતમાં સુધારક તરીકે ઓળખાય છે. ભારતમાં નૃત્ય કરવાની પરંપરા સદીઓ જૂની છે. કહેવાય છે કે આ નૃત્ય ત્રેતા યુગમાં થયો છે. હાલમાં, ભારતમાં ઘણા પ્રખ્યાત નૃત્યો છે, જેમાંથી ભરતનાટ્યમ, ઓડિસી, કુચિપુડી, કથકાલી, મોહિનીત્તમ, કથક વગેરે પ્રખ્યાત છે.

યુનેસ્કોની આંતરરાષ્ટ્રીય થિયેટર સંસ્થાની આંતરરાષ્ટ્રીય નૃત્ય સમિતિએ 29 એપ્રિલ 1982 ના રોજ આંતરરાષ્ટ્રીય નૃત્ય દિવસની ઉજવણી કરવાની જાહેરાત કરી. આ દિવસને પસંદ કરવા માટેનું મુખ્ય કારણ મહાન નૃત્યાંગના જીન જ્યોર્જ નાવરેનો જન્મદિવસ છે. 29 એપ્રિલના રોજ જીન જ્યોર્જ નાવરનો જન્મ થયો. ત્યારથી, દર વર્ષે આખા વિશ્વમાં આંતરરાષ્ટ્રીય નૃત્ય દિવસની ઉજવણી કરવામાં આવે

છે. નવર્રેંએ 'લેટર્સ ઓન ધ ડાન્સ' શીર્ષક પર નૃત્ય પર એક પુસ્તક લખ્યું હતું. આ પુસ્તકમાં નૃત્ય કલાની બધી યુક્તિઓ શીખવવામાં આવી છે, જેને વાંચીને લોકો નૃત્ય કરી શકે છે અથવા નૃત્યમાં નિપુણતા મેળવી શકે છે.આ દિવસે, વિશ્વભરમાં નૃત્ય કાર્યક્રમોનું આયોજન કરવામાં આવે છે, પરંતુ કોરોના વાયરસના રોગચાળાને કારણે, સમગ્ર વિશ્વમાં લોકડાઉનની સ્થિતિ છે. આવી સ્થિતિમાં લોકો તેમના ઘરે આ ઉમંગભેર ઉજવણી કરી રહ્યા છે અને સોશિયલ મીડિયા પર વીડિયો શેર કરીને એક બીજા સાથે જોડાઈ રહ્યા છે.

માર્ગ દ્વારા, હાલના વાતાવરણમાં નૃત્યનો સ્વભાવ બદલાઈ ગયો છે. હિપ હોપ ડાન્સનો કેઝ વધ્યો છે. ખાસ કરીને યુવાનોમાં હિપ હોપ ડાન્સમાં વધારે રસ છે. જોકે, ભારતમાં હજી પણ પ્રાચીન નૃત્ય વર્ચસ્વ ધરાવે છે. વેસ્ટર્નડાન્સના પ્રભાવમાં ભારતીય સંસ્કૃતિની નૃત્યકલા ઝાંખી પડી રહી છે. વેસ્ટર્ન કલ્ચરની સાથે સાથે ભારતીય સંસ્કૃતિની યુગોથી ચાલતી આવતી નૃત્ય કલા જીવંત રાખવાનો પ્રયાસ કરવો જોઇએ. વિશ્વની તમામ ડાન્સ કલા એક બીજા સાથે સંકળાયેલી છે.

આજના સમયમાં વેસ્ટર્ન ડાન્સ તરફ સૌ લોકો આકર્ષિત થઇ રહ્યા છે. ટીવી પર ડાન્સના કાર્યક્રમો આવી રહ્યા છે. તેથી નાના બાળકોથી લઇને મોટી ઉમરનાલોકોપણડાન્સશીખીરહ્યાછે. નૃત્યનો ઇતિહાસ માનવતા અને સમાજના ઉદભવ સાથે પ્રારંભ થાય છે. અમારા દૂરના પૂર્વજોએ સૌથી સરળ હિલચાલની શોધ કરી, જે પછી ધાર્મિક ક્રિયાઓમાં પરિવર્તિત થઈ. તે દિવસોમાં નૃત્યમાં કોઈ મનોરંજન નહોતું, પરંતુ એક પવિત્ર અર્થ હતો.પરંતુ પહેલેથી જ પ્રથમ નૃત્ય સાથે શણગારવામાં માનવામાં આવે છે.

ઓરિએન્ટલ બેલી-ડાન્સ... ફારુનના કબરોની દિવાલો પર, છોકરીઓ આ વિષયાસક્ત નૃત્ય કરતી હોય તેવી છબીઓ છે. યુરોપમાં, કોર્ટ સ્કોર્સ અને રિસેપ્શાનના સમયે, નૃત્યો ખૂબ ધીમું અને મનોહર હતા. . અને શહેરો અને ગામોના માર્ગો પર ફેલાયા લોક નૃત્ય... <u>વિવિધ દેશો</u> માં નૃત્યો પોતાની લોકબોલી અને સંસ્કૃતિ ના આધાર ઉપરથી બન્યા અને પ્રસિદ્ધ બનતા ગયા તહેવારો, મેળાઓ, પ્રદર્શન વગેરેમાં . આંતરરાષ્ટ્રીય નૃત્ય દિવસ ના લોકોને એક થવું જોઈએ, જેમણે તેમના જીવનને નૃત્ય સાથે જોડ્યું છે. નૃત્યમાં બધી

શૈલીઓ અને દિશાઓને સમર્પિત છે. તે વિશ્વભરના લોકોને એક સામાન્ય ભાષા - નૃત્યની ભાષા બોલવાની મંજૂરી આપે છે.આ પૈકી એક પ્રખ્યાત લોકો નૃત્યની દુનિયાને જાદુ અને નૃત્યની શક્તિ પરના તેમના ભાષણને લોકો સમક્ષ રજૂ કરવા માટે સન્માનિત કરવામાં આવે છે.નૃત્ય એ માનવ જીવનનો આવશ્યક ભાગ છે. તે બધે છે અને દરેક વ્યક્તિ તેને કોઈક રીતે કરી રહ્યા છે. પોતાને સંગીત અને પ્રવાહી ચળવળ દ્વારા વ્યક્ત કરવાની ઇચ્છ એ કંઈક છે જે માણસમાં સહજ છે અને માણસથી લગભગ અવિભાજ્ય છે.

સંદર્ભ :વિવિધ અખબારી અહેવાલો અને વીકિપીડીયા

6
હૃદય દિવસ

મિત્રો આ લેખ માહિતી આધારિત છે , મેં વિવિધ સંદર્ભો, અખબારી અહેવાલો નો ઉપયોગ કરીને આ લેખ લખ્યો છે જેની નોંધ લેવા વિનંતી છે.WHOએ વર્ષ 2000થી વિશ્વભરમાં વિશ્વ હૃદય દિવસ ઉજવવાની જાહેરાત કરી. અગાઉ આ દિવસ સપ્ટેમ્બરના છેલ્લા રવિવારે ઉજવવામાં આવતો હતો, પરંતુ વર્ષ 2014થી 29 સપ્ટેમ્બરે વર્લ્ડ હાર્ટ ડે ઉજવવામાં આવે છે.

હૃદય આપણા શરીરનો ખૂબ જ મહત્વપૂર્ણ ભાગ છે અને આપણે તેના સ્વાસ્થ્ય પ્રત્યે જાગૃત રહેવાની જરૂર છે. હાલના સમયમાં યુવાનોમાં પણ હાર્ટ એટેકની સમસ્યા આવવા લાગી છે. આ જ કારણ છે કે દર વર્ષે 29 સપ્ટેમ્બરે વર્લ્ડ હાર્ટ ડે ઉજવવામાં આવે છે, જેથી લોકોને હાર્ટની હેલ્થ પ્રત્યે જાગૃત કરવામાં આવે છે..

કોરોના મહામારી દરમિયાન હૃદયના દર્દીઓની સંખ્યામાં પણ વધારો થયો છે. આ સિવાય ખોટા આહાર અને જીવનશૈલીને કારણે હૃદયનું સ્વાસ્થ્ય પણ પ્રભાવિત થયું છે.

વિશ્વમાં હાર્ટ એટેકના દર્દીઓની સંખ્યા સતત વધી રહી છે. વિશ્વભરમાં થઈ રહેલા સંશોધન અને સર્વે રિપોર્ટમાં એ વાત સામે આવી છે કે, આજકાલ યુવાનો પણ હાર્ટ એટેકની સમસ્યાનો સામનો કરી રહ્યા છે. આવી સ્થિતિમાં, વિશ્વ હૃદય દિવસનો મુખ્ય ઉદ્દેશ લોકોને તેમના હૃદય પ્રત્યે જાગૃત કરવાનો છે.

જો તમારે હૃદયનું સ્વાસ્થ્ય સારુ રાખવુ છે, તો સૌથી પહેલા તમારે તમારી દિનચર્યામાં કેટલાક ફેરફાર કરવા પડશે. મોડી રાત સુધી જાગવાનું ટાળો અને રાત્રે વધુ ગેજેટ્સનો ઉપયોગ કરવાનું પણ ટાળો.આહારનું વિશેષ ધ્યાન રાખો અને ખોરાકમાં વધુ લો-કાર્બ અને ચરબીયુક્ત ખોરાક લો. સાંજે 6 કે 7 પછી કંઈપણ ન ખાવાનો પ્રયત્ન કરો. આ સિવાય સવારે વધારેમાં વધારે પ્રોટીન અને ફાઈબરથી ભરપૂર ખોરાકલો.

કસરતનું પણ ખાસ ધ્યાન રાખો. હૃદયની તંદુરસ્તી માટે કાર્ડિયો કસરત વધુ સારી માનવામાં આવે છે. દરરોજ ઓછામાં ઓછી 40 મિનિટ માટે ઝડપી ચાલવાની અથવા સાયકલ કરવાની કસરત કરો. આ સિવાય સ્વિમિંગ કરવાથી પણ હૃદયને ફાયદો થાય છે.હૃદયના દર્દીઓની વધતી સંખ્યાને ધ્યાનમાં રાખીને,

હૃદયરોગ વિશ્વભરમાં મૃત્યુના અગ્રણી કારણોમાંના એક તરીકે પણ ઓળખાય છે. એક આંકડા મુજબ, અમેરિકામાં માત્ર 11 ટકા પુરુષો અને 9 ટકા સ્ત્રીઓ હૃદયરોગનો શિકાર છે. ભારતમાં આરોગ્ય નિષ્ણાતો પણ આને મોટા ખતરા તરીકે જુએ છે. આંકડાઓ અનુસાર, ભારતમાં વર્ષ 1990 સુધી દર વર્ષે 2.26 મિલિયન (22.6 લાખ) હૃદયરોગને કારણે મૃત્યુ પામ્યા છે. ચિંતાજનક બાબત એ છે કે, આ આંકડો વર્ષ 2025 સુધીમાં વધીને 5.23 મિલિયન (52.3 લાખ) થવાની ધારણા છે. ડેટા અનુસાર, ગ્રામીણ વસ્તીમાં હૃદયરોગના કેસો 1.6 થી વધીને 7.4 ટકા થયા છે જ્યારે શહેરી વસ્તીમાં 1 થી 13.2 ટકા વધી ગયો છે.

ડોક્ટરો અને નિષ્ણાતો માને છે કે, શ્વાસ લેવામાં તકલીફ અથવા હૃદય સંબંધિત રોગોના લક્ષણોને જોતા, જો સ્વાસ્થ્યમાં કોઈ અગવડતા હોય, તો ડોક્ટરની સલાહ લેવી જરૂરી છે. આ ઉપરાંત, નિયમિત આરોગ્ય તપાસ પણ ખૂબ જ મહત્વપૂર્ણ છે. કારણ કે જો પ્રારંભિક તબક્કે હૃદયની બીમારીઓ શોધી કાઢવામાં આવે તો, તેની સારવાર અને ઝડપી સાજા થવાની શક્યતા વધારે હોય છે. હૃદયના રોગો માટે ઘણા કારણો જવાબદાર હોવાનું માનવામાં આવે છે, જેમાં અસંતુલિત આહાર, વ્યાયામનો અભાવ અથવા શારીરિક તકલીફ અને અસંતુલિત જીવનશૈલીને મુખ્ય માનવામાં આવે છે.નિચે મુજબ ટિપ્સ જીવનમાં અપનાવાથી હૃદયના સ્વાસ્થ્યને તંદુરસ્તી મળે છે

,દાક્તરની સલાહ ખાસ લેવી અને તેને અનુસરવી પછી જ નીચેની બાબતો નો અમલ કરવો તેવી મારી અપીલ છે .

- જીવનશૈલીમાં ફેરફાર કરો અને સ્વસ્થ દિનચર્યા અપનાવો.
- સંતુલિત અને સમયસર ખોરાક લો.
- વધારે તેલયુક્ત અને મસાલેદાર ખોરાક ટાળો.
- સાંજે 6 કે 7 પછી કંઈપણ ન ખાવાનો પ્રયત્ન કરો.
- સવારે વધારેમાં વધારે પ્રોટીન અને ફાઈબરથી ભરપૂર ખોરાક લો.
- હૃદયને સ્વસ્થ રાખવા માટે ફળોનું સેવન ફાયદાકારક છે.
- કસરતનું પણ ખાસ ધ્યાન રાખો.
- હૃદયની તંદુરસ્તી માટે કાર્ડિયો કસરત વધુ સારી માનવામાં આવે છે.
- દરરોજ ઓછામાં ઓછી 40 મિનિટ ઝડપથી ચાલવું.
- સ્વિમિંગ, દોરડા કૂદવાનું, દોડવું અને સાઇકલ ચલાવવી જેવી કસરતો પણ ફાયદાકારક છે.

સંદર્ભ :વિવિધ અખબારી અહેવાલો , વિકિપીડિયા